Ba điều ước của họa sĩ

Jibber Jabber

Bản quyền © 2023 của Rachel Peterson

Đã đăng ký Bản quyền.

Cuốn sách này hoặc bất kỳ phần nào trong đó không được sao chép hoặc sử dụng dưới bất kỳ hình thức nào nếu không có sự cho phép rõ ràng bằng văn bản của nhà xuất bản ngoại trừ việc sử dụng các trích dẫn ngắn trong bài đánh giá sách. Các nhân vật và sự kiện được miêu tả trong cuốn sách này là hư cấu. Bất kỳ sự tương đồng nào với người thật, dù còn sống hay đã chết, đều là ngẫu nhiên và không phải do tác giả cố ý. In tại Hợp chủng quốc Hoa Kỳ, 2023.

Copyright © 2023 by Rachel Peterson

All rights reserved.

This book or any portion thereof may not be reproduced or used in any manner whatsoever without the express written permission of the publisher except for the use of brief quotations in a book review. The characters and events portrayed in this book are fictitious. Any similarity to real persons, living or dead, is coincidental and not intended by the author. Printed in the United States of America First Printing, 2023.

ISBN 13: 978-1-948921-25-1

SỰ NHÌN NHẬN

minh họa: Quỳnh Rùa

biên tập viên: Jessie Raymond

người soát lỗi: Gwen Peterson, Jenny Dulaney

Dịch giả và biên tập viên tiếng Việt:

Uyen Lam, Hoai Chung, Thy Nguyen

Đặc biệt cảm ơn gia đình Mitchell.

Ngày xửa ngày xưa, ở một vương quốc xa xôi, có một bà lão nọ. Bà lão là người tốt bụng, nhưng giống như hầu hết những người tốt bụng trong truyện cổ tích, bà ấy sống trong nghèo khó. Tuy nhiên, bà vẫn làm việc chăm chỉ và dành dụm số tiền ít ỏi kiếm được. Vào cuối mỗi tháng, nếu có đủ tiền, bà sẽ mua cho mình một món quà: một bát bánh pudding sô cô la nhỏ thơm ngon.

Bà lão có một cậu con trai. Khi làm việc, anh ta là một họa sĩ, nhưng anh ta lại hiếm khi làm việc vì lười biếng và ích kỷ. Anh ta không sống với mẹ. Anh ta sẽ chỉ đến thăm bà mỗi tháng một lần - vào cuối tháng khi mẹ anh ta mua bánh pudding sô cô la. Họa sĩ sẽ đến và đòi ăn một ít bánh. Người mẹ sẽ để anh ta ăn gần hết, chỉ để lại một ít cho bà. Sau khi ăn xong, họa sĩ ngủ qua đêm ở nhà người mẹ. Anh ta ngủ trên chiếc giường duy nhất, còn người mẹ ngủ trên võng.Ngày hôm sau khi rời đi, anh ta sẽ xin mẹ tiền. Mẹ anh ta sẽ cho anh ta một ít, chỉ để lại một vài đồng xu cho mình. Anh ta sẽ rời đi, và chỉ quay lại vào cuối tháng sau để lặp lại những việc này lại từ đầu.

Nhưng một ngày kia, có một điều đã thay đổi. Vào cuối tháng, khi bà lão đang đi bộ về nhà với chiếc bánh pudding sô cô la mà bà đã mua, bà nhìn thấy một người ăn mày. Mọi người trong thị trấn thường rất tốt bụng, nhưng tất cả họ đều tránh xa người ăn mày này vì cô ấy trông thật kỳ lạ. Người ăn mày có bốn con mắt, hai cái miệng và không có mũi. Khi bà lão thấy rằng không ai muốn giúp đỡ người ăn mày cả, bà đã mời cô ở lại nhà của mình. Con trai bà vừa nhìn thấy vị khách lạ đã bảo mẹ đuổi cô ta ra ngoài. Cả bốn con mắt của người ăn mày bắt đầu rưng rưng nước mắt. Người mẹ lúc này khăng khăng nói rằng người lạ này sẽ ở lại nhà mình ngày hôm nay. Điều này khiến người họa sĩ khó chịu, nhưng vì đó không phải là nhà của anh ta nên anh ta không thể làm gì được. Tất cả những gì có thể làm là phàn nàn, và anh ta quả thật đã phàn nàn, còn lớn tiếng nữa.

Ba người họ ăn tối. Trong suốt thời gian đó, người họa sĩ đã chế nhạo người ăn mày và khoe khoang về tầm quan trọng của anh ta. Anh ta sẽ vẽ một bức chân dung của một nữ công tước. Chẳng mấy chốc, tác phẩm của anh ta sẽ được ngưỡng mộ đến mức các vị vua và hoàng hậu cũng sẽ yêu cầu anh ta vẽ chân dung của họ. Sau bữa ăn tối, khi đến giờ ăn bánh pudding sô cô la, người họa sĩ đã ăn gần hết. Bà lão cho người ăn mày số bánh còn lại và không có gì để ăn. Đến giờ đi ngủ, người họa sĩ ngủ trên giường, người ăn mày ngủ trên võng, bà lão ngủ dưới nền nhà. Sáng hôm sau, người mẹ cho con trai một số tiền và đưa cho người ăn mày số tiền còn lại của bà.

Trong khi người họa sĩ vẫn đứng đó phàn nàn, một ánh sáng xanh bắt đầu phát sáng xung quanh người ăn mày. Cô biến thành một nàng tiên xinh đẹp với bốn cánh và hai chiếc râu bướm, nhưng vẫn không có mũi.

Nàng tiên bay đến bên bà lão và nói: "Tôi đến để giúp bà, bà lão tốt bụng. Tôi sẽ trả lại ba hành động tử tế của bà bằng ba điều ước. Bà đã cho tôi thức ăn, chỗ ngủ và tiền bạc. Tôi sẽ cho bà thức ăn ngon hơn, một ngôi nhà tốt hơn và nhiều tiền hơn.

"Cảm ơn cô tiên tốt bụng," bà lão nói, "nhưng tôi không phải là người cần sự giúp đỡ của cô. Nếu cô có thể giúp con trai tôi, điều đó sẽ khiến tôi hạnh phúc nhất trên đời."

"Bà có chắc là muốn tặng món quà của bà cho người này không?" nàng tiên hỏi.

"Vâng tất nhiên."

"Rất tốt. Tôi không nghĩ rằng điều đó là khôn ngoan, nhưng bà có thể sử dụng những điều ước của mình theo bất kỳ cách nào bà muốn." Bà tiên quay sang người họa sĩ và hỏi anh ta: "Anh muốn điều ước nào trước: thức ăn, nhà cửa hay tiền bạc?"

Người họa sĩ nói rằng anh ta sẽ lấy thức ăn trước. Anh ta càu nhàu rằng mình vẫn còn đói sau bữa sáng ít ỏi mà người mẹ đã cho anh ta. Nàng tiên trao cho họa sĩ một hạt giống.

"Hãy lấy hạt giống này và gieo trong sân. Trong bảy ngày, anh phải tưới nước cho đất và nhổ hết cỏ dại. Nếu anh làm như vậy, một cái cây sẽ mọc lên. Cây này sẽ ra quả cả táo đỏ và lê vàng. Chỉ cần một quả táo đỏ là đủ để người đói no cả tuần. Tuy nhiên, không ai được ăn những quả lê vàng. Bất cứ ai cắn một miếng vào quả lê, ngay lập tức sẽ có khuôn mặt của một con vật, và cả cái cây sẽ héo úa và không bao giờ ra quả nữa."

Sau khi nàng tiên hứa sẽ trở lại khi cần, cô đã biến mất trong một đám mây hoa giấy màu xanh. Họa sĩ lười biếng không có ý định chăm sóc cây. Anh ta trao hạt giống cho mẹ rồi ra về. Mẹ anh ta đã gieo hạt giống, tưới nước và nhổ sạch cỏ dại trong bảy ngày.

Sau bảy ngày, bà bước ra sân và nhìn thấy một cái cây phép màu đầy những quả táo đỏ và lê vàng. Mỗi khi bà lão đói, bà ăn một quả táo và no nê suốt cả tuần. Bà lão cũng tặng một vài quả táo cho những người hàng xóm của mình, nhưng bà cẩn thận không bao giờ ăn hoặc cho đi những quả lê.

Vào cuối tháng, bà lão mua một bát nhỏ bánh pudding sô cô la. Họa sĩ về nhà như thường lệ. Khi họa sĩ và mẹ của anh ta ăn một quả táo vào bữa tối, anh ta càu nhàu rằng nữ công tước từ chối mua bức chân dung của cô. Cô ấy đã chỉ trích tác phẩm của anh ta, gọi nó là tầm thường, sau khi anh ta đã dành gần hai giờ để vẽ.

Sau bữa khuya, họa sĩ ăn gần hết chiếc bánh pudding sô cô la, chỉ để lại một ít cho mẹ. Trong khi họ ăn, người mẹ nói với anh ta rằng những quả táo thần kỳ thật sự có phép màu. Bà và những người hàng xóm sẽ không bao giờ phải đói nữa. Họa sĩ không làm gì ngoài việc càm ràm. Anh ta nói rằng bà không nên chia sẻ những quả táo vì đó là cây của anh ta chứ không phải của bà.

Đêm đó người mẹ ngủ ngon lành trên chiếc võng, nhưng họa sĩ lại không ngủ được dù nằm trên chiếc giường êm ái. Anh ta vẫn còn tức giận với nữ công tước. Anh ta thức giấc, trằn trọc trên giường, cho đến khi nghĩ ra một kế hoạch. Anh ta cười khúc khích với ý tưởng thông minh của mình và chìm vào giấc ngủ.

Sáng hôm sau, sau khi được mẹ cho tiền, anh ta lẻn ra sân và hái một quả lê trên cây. Anh ta tản bộ đến lâu đài của nữ công tước. Anh ta nói với cô ấy rằng anh ta có một món quà cho cô, để xin lỗi vì tác phẩm tầm thường của anh ta. Nữ công tước nói rằng cô ấy không muốn nhận quà, nhưng họa sĩ nhất mực không chịu. Anh ta đưa cho cô quả lê vàng. Ngay khi nữ công tước cắn một miếng, cái cây mọc ra táo và lê teo quắt lại, và khuôn mặt của nữ công tước trở thành gương mặt của một con hải mã.

Nữ công tước kinh hoàng. Gương mặt hải mã cũng ổn thôi nếu cô ấy đã kết hôn, nhưng cô còn chưa lấy chồng. Ai sẽ cưới cô bây giờ? Sau đó người họa sĩ gợi ý rằng cô nên mua bức chân dung của anh ta. Cô có thể sử dụng nó để lừa bất kỳ kẻ cầu hôn nào. Nữ công tước không biết phải làm gì khác. Cô quá sợ hãi khi để một hoạ sĩ khác vẽ lại bức chân dung của mình. Cô không muốn bất cứ ai khác nhìn thấy mình, bởi vì có thể người ta sẽ đồn rằng cô có khuôn mặt của một con hải mã. Vì vậy, nữ công tước đã mua bức chân dung với giá gấp năm lần giá gốc và gửi nó cho Hoàng tử của Lâu đài Ngà voi. Hoàng tử nhìn thấy bức chân dung của nữ công tước, nghĩ rằng cô ấy thật xinh đẹp và đồng ý kết hôn mà không cần gặp cô ấy. Hãy tưởng tượng sự ngạc nhiên của chàng ta trong đám cưới, khi chàng vén tấm màn che mặt và phát hiện ra mình đã kết hôn với một người phụ nữ có khuôn mặt hải mã.

Hoàng tử tức giận vì thủ đoạn kinh hoàng kia. Anh ta tức điên lên, sai lính canh đuổi theo họa sĩ. Lính canh đưa anh ta đến Lâu đài Ngà voi để đứng trước hoàng tử và người vợ có khuôn mặt hải mã của anh ta. Hoàng tử ra lệnh tống giam họa sĩ đến hết đời. Họa sĩ bị nhốt trong một căn phòng trên đỉnh tháp ngà. Cần phải đi lên một ngàn bậc, đi xuống hai ngàn bậc. Không có cách nào để người họa sĩ có thể trốn thoát, hoặc anh ta nghĩ vậy.

Mặc dù họa sĩ đang ở trong tù, hoàng tử vẫn cho phép mẹ anh ta đến thăm. Khi đó là cuối tháng, vì vậy bà ấy mang đến một bát bánh pudding sô cô la nhỏ. Bà thở hổn hển leo lên cả ngàn bậc thang và cuối cùng cũng đến được với con trai mình. Con trai bà đã ăn gần hết chiếc bánh pudding, chỉ để lại một ít cho mẹ. Mẹ anh ta đau khổ vì con trai mình sẽ bị nhốt suốt quãng đời còn lại. Người họa sĩ cũng khó chịu và lớn tiếng càu nhàu.

"Con không thể sống cả phần đời còn lại của mình trong tòa tháp ngà này! Đây không phải là nhà! Con cần một nơi tốt hơn để ở!"

Chợt có một đám hoa giấy màu xanh xuất hiện, tiên nữ hiện ra.

"Anh có muốn sử dụng một điều ước khác không?" nàng tiên hỏi. "Anh có muốn ước có một ngôi nhà tốt hơn không?"

"Đúng! Nếu điều ước có thể đưa tôi ra khỏi nơi này!" Người họa sĩ nói.

Nàng tiên đưa cho người họa sĩ một guồng quay tơ và nói: "Anh phải quay guồng quay tơ này trong bảy ngày. Sau bảy ngày, anh sẽ làm ra được một tấm thảm bay thần kỳ. Tấm thảm sẽ hỏi anh muốn đến một ngôi nhà làm bằng đá hay đến một ngôi nhà làm bằng kim cương. Anh phải nói, "Hãy đưa tôi đến ngôi nhà bằng đá." Đừng tham lam và xin ngôi nhà bằng kim cương. Khi anh yêu cầu ngôi nhà bằng đá, ngôi nhà đó sẽ là của anh. Anh sẽ sống thật thoải mái trong một ngôi nhà tiện nghi."

Rồi nàng tiên biến mất trong đám mây hoa giấy màu xanh. Người họa sĩ từ chối quay guồng tơ. Bà lão muốn con trai ra khỏi tù nên mang theo guồng quay, thở hổn hển đi xuống hai nghìn bậc thang. Trong bảy ngày, bà quay guồng quay và tạo ra một tấm thảm bay thần kỳ. Đến ngày thứ tám, bà mang nó leo lên ngàn bậc thang của tháp ngà cho con trai mình, vì anh ta đã cấm bà bay trên đó. Anh ta nên là người đầu tiên sử dụng tấm thảm; vì dù sao thì đó cũng là món quà của anh ta mà.

“Anh muốn đến ngôi nhà làm bằng đá hay ngôi nhà làm bằng kim cương?” Tấm thảm hỏi người họa sĩ.

Người họa sĩ tất nhiên là tham lam và trả lời, “Hãy đưa tôi đến ngôi nhà kim cương!”

Anh ta nhảy lên tấm thảm và bay đi, để lại mẹ anh ta bước xuống hai nghìn bậc thang và trở về ngôi nhà nhỏ của mình. Tấm thảm đã đưa họa sĩ đến một ngôi nhà hoàn toàn bằng kim cương. Sau khi thả anh ta ở cánh cửa kim cương, tấm thảm bay đi. Ngôi nhà rất lớn! Trên thực tế, mọi thứ đều rất lớn! Trong nhà, có một cái bàn lớn làm bằng kim cương, một cái ghế lớn làm bằng kim cương, thậm chí còn có một hộp trang sức khổng lồ làm bằng kim cương, trong đó còn có thêm nhiều kim cương hơn nữa! Gã họa sĩ qua đêm trên chiếc giường lớn bằng kim cương thoải mái một cách đáng kinh ngạc, và chìm vào giấc ngủ.

Sáng hôm sau, anh ta bị đánh thức bởi một người khổng lồ giận dữ. Ngôi nhà kim cương này là của người khổng lồ và cô rất tức giận khi có người vào ngủ trên chiếc giường kim cương của mình. Cô ném người hoạ sĩ ra ngoài và đóng sầm cánh cửa lớn bằng kim cương. Người họa sĩ gọi tấm thảm thần, nhưng nó không quay lại, vì vậy anh ta bắt đầu tìm đường trở về nhà mẹ mình. Khi anh đến chỗ bà, khi đó đã là cuối tháng. Người họa sĩ đã ăn gần hết chiếc bánh pudding sô cô la, chỉ để lại một ít cho mẹ.

May mắn thay, người họa sĩ đã tìm thấy một vài việc làm. Nhà vua nói rằng ông sẽ trả tiền cho anh ta để vẽ chân dung của hai cô con gái của mình. Cô chị 22 tuổi còn cô em 21 tuổi. Lẽ ra họ phải kết hôn từ nhiều năm trước và bây giờ mà vẫn chưa lấy chồng thì đã quá lớn tuổi rồi, nhưng nhà vua quá bận rộn nên chưa thể gả họ đi. Vì vậy, ông quyết định rằng những bức chân dung đáng yêu sẽ giúp con gái ngài thu hút những người theo đuổi tiềm năng.

Người họa sĩ bắt đầu công việc vừa dễ vừa khó tùy thuộc vào việc anh ta vẽ cô công chúa nào. Cô chị kiêu ngạo, thô lỗ và trịch thượng. Nàng ta xúc phạm họa sĩ bằng lời nói và chế nhạo anh ta vì anh ta nghèo. Nàng ta giàu có, sẽ kết hôn với một người giàu có, sẽ có những đứa con giàu có và một con mèo giàu có, và sống một cuộc sống giàu có; trong khi anh ta nghèo khổ và không ai muốn cưới anh ta cả.

Cô em lại rất tử tế với người họa sĩ, vì nàng cũng đối xử tử tế với mọi người. Một ngày nọ, khi anh ta đang vẽ bức chân dung của cô công chúa nhỏ, trái tim của nàng dường như đập nhanh hơn một chút và như lỡ một nhịp cùng lúc đó vậy. Trái tim nàng nặng trĩu nhưng cơ thể nàng nhẹ tựa lông hồng. Nàng cảm thấy buồn nôn nhưng dường như lại bồn chồn lo lắng. Bởi vì nàng chắc chắn mình không bị bệnh, điều này chỉ có thể có nghĩa là: Nàng nhận ra rằng nàng phải yêu người họa sĩ này. Nàng nói với anh ta điều này, và người họa sĩ sau khi nhìn thấy vẻ đẹp và sự giàu có của nàng công chúa, nói với nàng rằng anh ta cũng yêu và hứa sẽ cưới nàng. Công chúa cảm động không thôi! Nàng hỏi cha mình liệu nàng có thể kết hôn với họa sĩ không. Nhà vua nói rằng nàng có thể lấy bất cứ ai mà nàng thích miễn là người cầu hôn nàng giàu có và có thể tặng cho nhà vua một số tiền lớn.

Tất nhiên, họa sĩ không giàu có nên sau khi hoàn thành bức chân dung của họ, anh ta được trả thù lao và đuổi đi. Sau khi người họa sĩ tiêu hết tiền, không lâu sau, anh ta trở về với mẹ mình. Lại là cuối tháng nên họa sĩ đã ăn gần hết bánh pudding sôcôla như thường lệ, chỉ để lại một ít cho mẹ. Anh ấy nói rằng anh ấy cần tiền để kết hôn với một công chúa. Mẹ anh đã trao cho anh ta tất cả tài sản mà bà có, nhưng vẫn không đủ.

Họa sĩ nhận thấy một đám mây hoa giấy màu xanh xuất hiện. Nàng tiên lại xuất hiện và hỏi liệu người họa sĩ có muốn sử dụng điều ước thứ ba về tiền bạc của mình không. Người họa sĩ rất vui khi được sử dụng điều ước thứ ba của mình, vì vậy nàng tiên đã đưa cho anh ta một chiếc túi lớn. Anh ta mở chiếc túi lớn và một con gà cục tác nhảy ra, suýt nữa mổ vào mũi anh ta.

"Anh phải cho gà ăn và tỉa lông cho nó mỗi ngày trong bảy ngày. Sau đó, bất cứ khi nào anh muốn có tiền, hãy bảo con gà đẻ trứng," nàng tiên hướng dẫn.

"Tất cả những gì tôi nhận được chỉ là một quả trứng à?" họa sĩ rên rỉ.

"Không phải một quả trứng bình thường, mà là quả trứng vàng. Con gà sẽ đẻ bao nhiêu trứng vàng tùy theo ý anh, nhưng với một điều kiện: Anh phải dùng tiền của mình để kết hôn với công chúa nhỏ. Nếu anh thất hứa với cô ấy và cưới người khác, con gà sẽ không đẻ trứng vàng nữa, và tất cả số vàng nó tạo ra sẽ biến thành cát bụi."

Như bạn có thể đoán, người họa sĩ sẽ không chăm sóc một con gà. Anh ta để việc đó cho mẹ mình làm. Hàng ngày, mẹ anh cho gà ăn và tỉa lông cho nó. Sau bảy ngày, họa sĩ quay trở lại. Con gà đang đẻ trứng vàng. Họa sĩ ra lệnh cho con gà tiếp tục đẻ trứng cho đến khi trứng vàng chất đầy căn nhà.

Người họa sĩ đến gặp nhà vua. Bây giờ anh ta đã có đủ tiền để cưới một công chúa. Nhà vua gọi hai cô con gái của mình đến và hỏi họa sĩ rằng anh ta muốn cưới ai. Cô em rất vui khi gặp anh ta. Cô chị cũng rất vui. Bây giờ nàng ta thân thiện hơn nhiều vì anh ta giàu có. Cô con gái lớn nói rằng nàng sẽ rất vui mừng khi kết hôn với anh ta.

Người họa sĩ cảm thấy hài lòng vì bây giờ đã có hai lựa chọn thay vì chỉ có một, anh ta nói rằng mình cần một ngày để suy nghĩ về điều đó. Anh ta về nhà, và mẹ anh ta cầu xin anh ta cưới cô công chúa nhỏ nếu không họ sẽ mất hết số vàng. Họa sĩ nghĩ rằng đó là một quyết định sáng suốt, nhưng anh ta sẽ không thừa nhận điều đó. Anh ta không thích bị yêu cầu phải làm điều này điều kia. Anh ta cảm thấy thất vọng khi nàng tiên luôn cho anh ta hai lựa chọn trong khi thực tế luôn chỉ có một. Đêm đó, khi đang nằm trên chiếc giường êm ái của mẹ mình, anh ta nghĩ ra một ý tưởng tự mình cho là thông minh. Nếu anh ta chọn cô công chúa lớn, tất cả số vàng của anh ta sẽ biến mất, nhưng anh ta sẽ vẫn được cưới một công chúa. Nhà vua rất giàu có và sẽ cung cấp cho họ tiền bạc và bất kỳ thứ xa xỉ nào khác mà họ muốn. Ngoài ra, cô công chúa lớn cũng xinh đẹp hơn nữa.

Họa sĩ quyết định cưới cô công chúa lớn. Cô em gái rất đau lòng. Người họa sĩ đã tặng cho nhà vua một chiếc rương chứa đầy những quả trứng vàng để trả của hồi môn. Tuần sau, họa sĩ kết hôn với công chúa lớn, và công chúa nhỏ kết hôn với người khác, một người không giàu có nhưng cũng không ích kỷ như họa sĩ. Một ngày sau lễ cưới, nhà vua mở rương đựng trứng vàng và phát hiện ra rằng tất cả vàng đã biến thành cát bụi. Tương tự như vậy, tất cả số vàng mà người họa sĩ có đã biến thành cát bụi.

Cô công chúa lớn khóc lóc. Mặc dù biết cha mình sẽ chu cấp cho họ, nhưng nàng ta cảm thấy như thể mình đang sống trong cảnh nghèo khó so với sự giàu có mà nàng ta lẽ ra có thể có. Đó là cơn ác mộng tồi tệ nhất: Bây giờ nàng ta nghèo khổ và sẽ có những đứa con nghèo khổ và một con mèo nghèo khổ và sống một cuộc đời nghèo khổ. Khi người họa sĩ cười nhạo và chế giễu nàng ta, nỗi đau khổ của nàng ta biến thành tức giận. Nàng chạy về với cha mình và đòi trả thù họa sĩ. Nhà vua ra ra sắc lệnh hoan nghênh bất cứ ai thách đấu tay đôi với họa sĩ vì đã làm nhục công chúa. Nếu họa sĩ từ chối chiến đấu, anh ta sẽ bị xử tử ngay lập tức.

Mọi người đều nghe thấy lời tuyên bố thách đấu, bao gồm cả Hoàng tử của Lâu đài Ngà voi. Chàng ta vẫn chưa quên người họa sĩ và quyết định rằng anh ta sẽ không thoát khỏi sự trừng phạt lần này. Chàng háo hức thách đấu tay đôi với họa sĩ, và họa sĩ không còn cách nào khác ngoài việc chấp nhận. Sáng sớm, họ so kiếm và chiến đấu. Hoàng tử lao tới và đâm thanh kiếm của mình vào trái tim của họa sĩ, giết chết anh ta ngay lập tức. Công chúa lớn hài lòng. Sau đó, nàng ta bắt đầu tìm kiếm một người chồng khác, và Hoàng tử của Lâu đài Ngà voi trở về nhà với người vợ có khuôn mặt hải mã của mình.

Mẹ của họa sĩ rất buồn, vì bà rất yêu con trai mình. Tuy nhiên, bà lại vui vì một điều. Vào cuối tháng, khi bà mua bánh pudding sô cô la cho mình, bà đã có thể một mình ăn hết nó.

Kết thúc

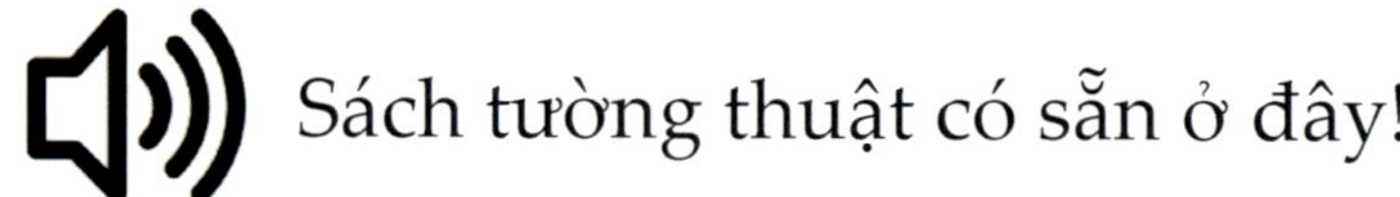 Sách tường thuật có sẵn ở đây!

https://jibberjabberblog.blogspot.com/2023/11/video-tp3w.html

Bạn có thể tải xuống dấu trang miễn phí tại đây!

https://jibberjabberblog.blogspot.com/2023/11/extras-tp3w.html

www.ingramcontent.com/pod-product-compliance
Lightning Source LLC
Chambersburg PA
CBRC092146180726
48295CB00008B/122